Baby Steps:

Preemie Milestones

ISBN 978-0-557-06634-6

First Photo

Our Baby

____

First Middle Last

Born: ______________________________

Due Date: ______________________________

Weight: ______________________________

Length: ______________________________

Eye Color: ______________________________

Hair Color: ______________________________

Delivered By: ______________________________

NICU Doctors: ______________________________

NICU Nurses: ______________________________

____

Hospital: ______________________________

Address: ______________________________

Phone Number: ______________________________

Visiting Guidelines: ______________________________

Special Conditions

1. ____
____
____

2. ____
____
____

3. ____
____
____

4. ____
____
____

5. ____
____
____

6. ____
____
____

Special Equipment

1. ______________________________

____

2. ______________________________

____

3. ______________________________

____

4. ______________________________

____

5. ______________________________

____

6. ______________________________

____

7. ______________________________

____

8. ______________________________

____

____

Important Dates

First Time Mom Held:____________________________

First Time Dad Held:____________________________

Moved to an Isolette:____________________________

Moved to Bassinet:____________________________

Removed from Ventilator:__________________________

Removed from CPAP:____________________________

Removed from Canula:____________________________

First feeding Tube:____________________________

First bottle/nipple Feeding:_______________________

Finished Photo Therapy:__________________________

Oxygen Hood Removed:__________________________

First Kangaroo Carry:____________________________

Moved to Upgraded Nursery:______________________

Brought Home from Hospital:______________________

Week _____

Date:______________________ Weight:________________

Date:______________________ Weight:________________

Date:______________________ Weight:________________

Date:______________________ Weight:________________

Date:______________________ Weight:________________

Date:______________________ Weight:________________

Date:______________________ Weight:________________

Special Accomplishments

____

____

____

____

____

____

____

____

____

Thoughts & Feelings

Week _____

Date:______________________ Weight:________________

Date:______________________ Weight:________________

Date:______________________ Weight:________________

Date:______________________ Weight:________________

Date:______________________ Weight:________________

Date:______________________ Weight:________________

Date:______________________ Weight:________________

Special Accomplishments

____

____

____

____

____

____

____

____

____

____

Thoughts & Feelings

Week ______

Date:______________________ Weight:________________

Date:______________________ Weight:________________

Date:______________________ Weight:________________

Date:______________________ Weight:________________

Date:______________________ Weight:________________

Date:______________________ Weight:________________

Date:______________________ Weight:________________

Special Accomplishments

____

____

____

____

____

____

____

____

____

____

Thoughts & Feelings

Week _____

Date:____________________ Weight:______________

Date:____________________ Weight:______________

Date:____________________ Weight:______________

Date:____________________ Weight:______________

Date:____________________ Weight:______________

Date:____________________ Weight:______________

Date:____________________ Weight:______________

Special Accomplishments

____

____

____

____

____

____

____

____

____

____

Thoughts & Feelings

Date:____________________________ Weight:____________________

Date:____________________________ Weight:____________________

Date:____________________________ Weight:____________________

Date:____________________________ Weight:____________________

Date:____________________________ Weight:____________________

Date:____________________________ Weight:____________________

Date:____________________________ Weight:____________________

Special Accomplishments

____

____

____

____

____

____

____

____

____

____

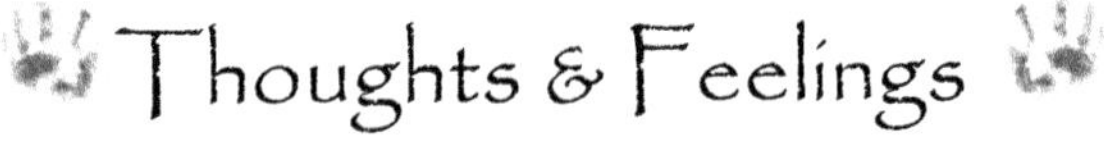
Thoughts & Feelings

Week ______

Date:______________________ Weight:________________

Date:______________________ Weight:________________

Date:______________________ Weight:________________

Date:______________________ Weight:________________

Date:______________________ Weight:________________

Date:______________________ Weight:________________

Date:______________________ Weight:________________

Special Accomplishments

____

____

____

____

____

____

____

____

____

____

Thoughts & Feelings

Week ______

Date:______________________ Weight:________________

Date:______________________ Weight:________________

Date:______________________ Weight:________________

Date:______________________ Weight:________________

Date:______________________ Weight:________________

Date:______________________ Weight:________________

Date:______________________ Weight:________________

Special Accomplishments

____

____

____

____

____

____

____

____

____

____

Thoughts & Feelings

Week ______

Date:______________________ Weight:________________

Date:______________________ Weight:________________

Date:______________________ Weight:________________

Date:______________________ Weight:________________

Date:______________________ Weight:________________

Date:______________________ Weight:________________

Date:______________________ Weight:________________

Special Accomplishments

____

____

____

____

____

____

____

____

____

____

Thoughts & Feelings

Week ______

Date:______________________ Weight:________________

Date:______________________ Weight:________________

Date:______________________ Weight:________________

Date:______________________ Weight:________________

Date:______________________ Weight:________________

Date:______________________ Weight:________________

Date:______________________ Weight:________________

Special Accomplishments

____

____

____

____

____

____

____

____

____

____

Thoughts & Feelings

Week ______

Date:________________________ Weight:_________________

Date:________________________ Weight:_________________

Date:________________________ Weight:_________________

Date:________________________ Weight:_________________

Date:________________________ Weight:_________________

Date:________________________ Weight:_________________

Date:________________________ Weight:_________________

Special Accomplishments

____

____

____

____

____

____

____

____

____

____

Thoughts & Feelings

Week ______

Date:________________________ Weight:________________

Date:________________________ Weight:________________

Date:________________________ Weight:________________

Date:________________________ Weight:________________

Date:________________________ Weight:________________

Date:________________________ Weight:________________

Date:________________________ Weight:________________

Special Accomplishments

____

____

____

____

____

____

____

____

____

____

Thoughts & Feelings

Week _____

Date:_______________________ Weight:________________

Date:_______________________ Weight:________________

Date:_______________________ Weight:________________

Date:_______________________ Weight:________________

Date:_______________________ Weight:________________

Date:_______________________ Weight:________________

Date:_______________________ Weight:________________

Special Accomplishments

____

____

____

____

____

____

____

____

____

____

Thoughts & Feelings

www.ingramcontent.com/pod-product-compliance
Ingram Content Group UK Ltd.
Pitfield, Milton Keynes, MK11 3LW, UK
UKHW020227250726
13967UKWH00001B/224

9 780557 066346